உயிர் எழுத்துகள் 12

அ

அகலிடம்
Earth

ஆ

ஆராய்ச்சி
Research

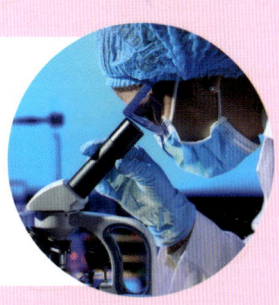

இ

இடங்கம்
Chisel

ஈ

ஈட்டி
Spear

உயிர் எழுத்துகள்

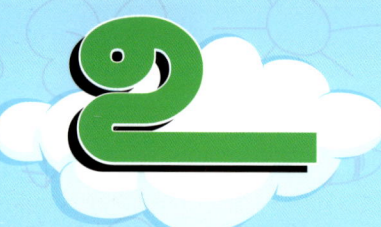

உ

உகை
Pot

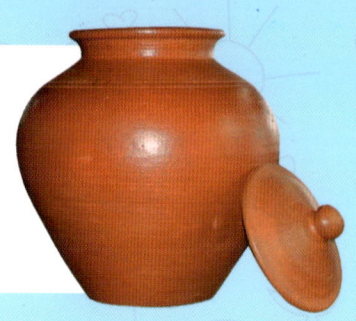

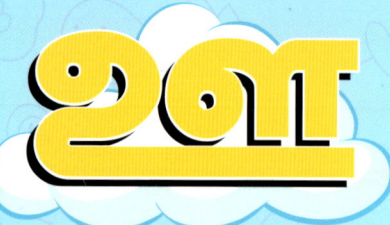

ஊ

ஊர்தி
Vehicle

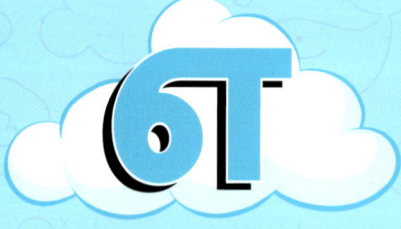

எ

எக்கி
Syringe

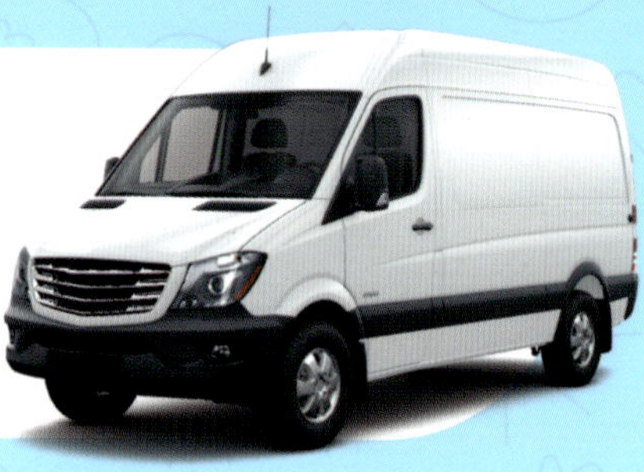

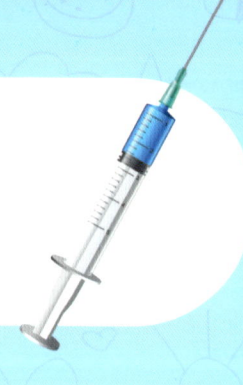

ஏ

ஏவுகணை
Missile

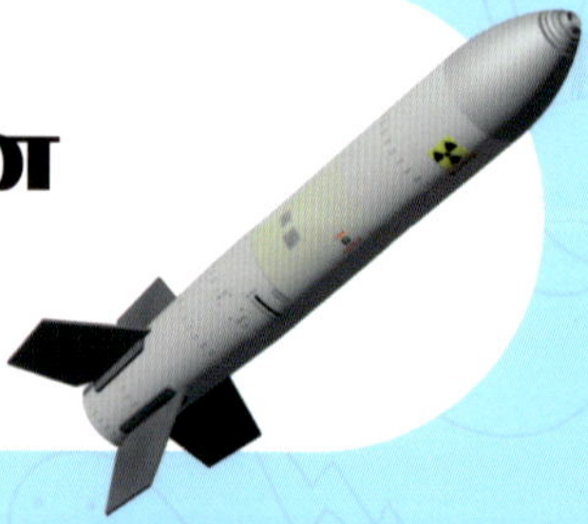

உயிர் எழுத்துகள்

ஐ

ஐயிரு வட்டம்
Shield

ஒ

ஒலிபெருக்கி
Loud speaker

ஓ

ஓலைச்சுவடி
Palm leaf book

ஔ

ஔடதம்
Medicine

ஆய்த எழுத்து

1

ஃ

அஃகம்
Grain

மெய் எழுத்துகள் 18

க்

கொக்கி
Hook

ங்

செங்கல்
Brick

ச்

குச்சி
Stick

ஞ்

பஞ்சு
Cotton

ட்

உட்டுளை
Tube

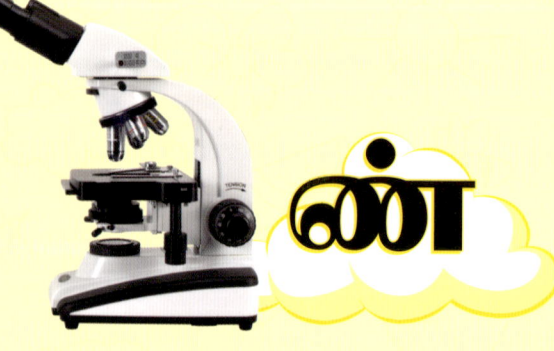

ண்

நுண்ணோக்கி
Microscope

மெய் எழுத்துகள்

த்  **ந்**
சு**த்**தியல்
Hammer
கா**ந்**தம்
Magnet

ப்  **ம்**
சி**ப்**பி
Shell
க**ம்**பி
Wire

ய்   **ர்**
பா**ய்**
Mat
தே**ர்**
Chariot

மெய் எழுத்துகள்

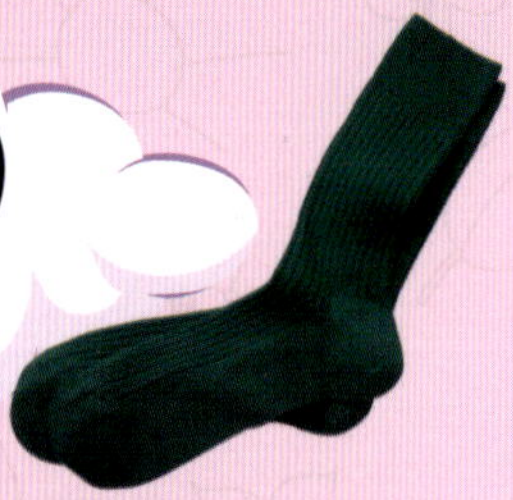

ல்

கால்மேசு

Socks

வ்

செவ்வாய்

Mars

ழ்

தாழ்ப்பாள்

Latch

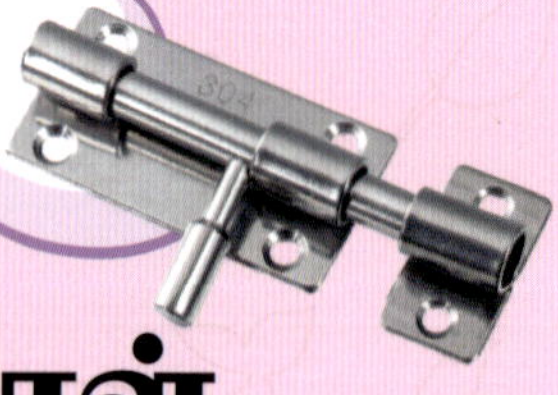

ள்

வெள்ளி

Venus

ற்

நற்கல்

Stone Mill

ன்

மின்கலம்

Battery

உயிர்மெய் எழுத்துகள்

க

க் + அ = க

கத்தரிக்கோல்
Scissors

ஙகரம்
Bushel

ங

ங் + அ = ங

ச

ச் + அ = ச

சதுரங்கம்
Chess

ஞமன்
Pointer of a Balance

ஞ

ஞ் + அ = ஞ

ட

ட் + அ = ட

படகு
Boat

சணல்
Hemp

ண

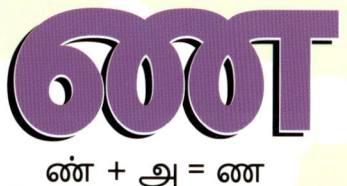

ண் + அ = ண

உயிர்மெய் எழுத்துகள்

த
த் + அ = த

தரளம்
Pearl

ந
ந் + அ = ந

நங்கூரம்
Anchor

ப
ப் + அ = ப

படகுடி
Tent

ம
ம் + அ = ம

மண்டிலம்
Mirror

ய
ய் + அ = ய

யவனிகை
Curtain

ர
ர் + அ = ர

ரம்பம்
Saw

10

உயிர்மெய் எழுத்துகள்

ல

ல் + அ = ல

பலகை
Board

வலை
Mesh

வ

வ் + அ = வ

ழ

ழ் + அ = ழ

சுழல்
Vortex

விளக்கு
Lamp

ள

ள் + அ = ள

ற

ற் + அ = ற

விறகு
Firewood

வானவில்
Rainbow

ன

ன் + அ = ன

தமிழ் எழுத்துகள் 247

உயிர் எழுத்துகள்(12) + ஆய்த எழுத்து(1) + மெய் எழுத்துகள்(18) + உயிர்மெய் எழுத்துகள்(12x18 = 216) = 247

அ	ஆ	இ	ஈ	உ	ஊ	எ	ஏ	ஐ	ஒ	ஓ	ஔ	ஃ
க	கா	கி	கீ	கு	கூ	கெ	கே	கை	கொ	கோ	கௌ	க்
ங	ஙா	ஙி	ஙீ	ஙு	ஙூ	ஙெ	ஙே	ஙை	ஙொ	ஙோ	ஙௌ	ங்
ச	சா	சி	சீ	சு	சூ	செ	சே	சை	சொ	சோ	சௌ	ச்
ஞ	ஞா	ஞி	ஞீ	ஞு	ஞூ	ஞெ	ஞே	ஞை	ஞொ	ஞோ	ஞௌ	ஞ்
ட	டா	டி	டீ	டு	டூ	டெ	டே	டை	டொ	டோ	டௌ	ட்
ண	ணா	ணி	ணீ	ணு	ணூ	ணெ	ணே	ணை	ணொ	ணோ	ணௌ	ண்
த	தா	தி	தீ	து	தூ	தெ	தே	தை	தொ	தோ	தௌ	த்
ந	நா	நி	நீ	நு	நூ	நெ	நே	நை	நொ	நோ	நௌ	ந்
ப	பா	பி	பீ	பு	பூ	பெ	பே	பை	பொ	போ	பௌ	ப்
ம	மா	மி	மீ	மு	மூ	மெ	மே	மை	மொ	மோ	மௌ	ம்
ய	யா	யி	யீ	யு	யூ	யெ	யே	யை	யொ	யோ	யௌ	ய்
ர	ரா	ரி	ரீ	ரு	ரூ	ரெ	ரே	ரை	ரொ	ரோ	ரௌ	ர்
ல	லா	லி	லீ	லு	லூ	லெ	லே	லை	லொ	லோ	லௌ	ல்
வ	வா	வி	வீ	வு	வூ	வெ	வே	வை	வொ	வோ	வௌ	வ்
ழ	ழா	ழி	ழீ	ழு	ழூ	ழெ	ழே	ழை	ழொ	ழோ	ழௌ	ழ்
ள	ளா	ளி	ளீ	ளு	ளூ	ளெ	ளே	ளை	ளொ	ளோ	ளௌ	ள்
ற	றா	றி	றீ	று	றூ	றெ	றே	றை	றொ	றோ	றௌ	ற்
ன	னா	னி	னீ	னு	னூ	னெ	னே	னை	னொ	னோ	னௌ	ன்

எண்கள்

0		சூழியம்	௦	
1		ஒன்று	௧	கடலை
2		இரண்டு	௨	உருண்டையை
3		மூன்று	௩	நுணுக்கி
4		நான்கு	௪	சமைத்து
5		ஐந்து	௫	ருசித்து
6		ஆறு	௬	சாப்பிட
7		ஏழு	௭	என்னை
8		எட்டு	௮	அம்மா
9		ஒன்பது	௯	கூப்பிட்டாள்
10		பத்து	௰	

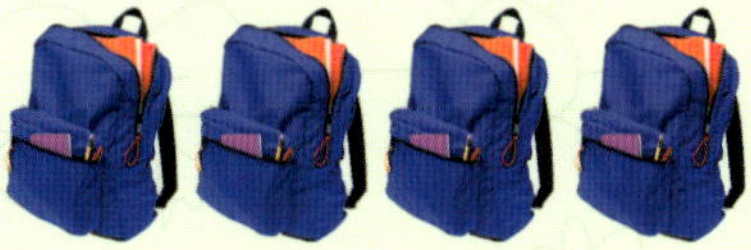

வடிவங்கள்

வட்டம்
Circle

நீள் வட்டம்
Ellipse

அரை வட்டம்
Semi Circle

சதுரம்
Square

செவ்வகம்
Rectangle

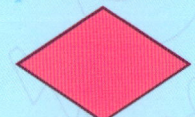
சாய்சதுரம்
Rhombus

முக்கோணம்
Triangle

ஐங்கோணம்
Pentagon

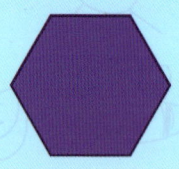
அறுகோணம்
Hexagon

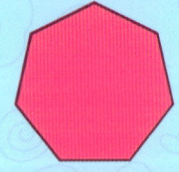
எழுகோணம்
Heptagon

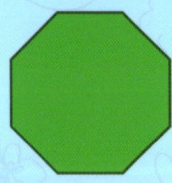
எண்கோணம்
Octagon

நட்சத்திரம்
Star

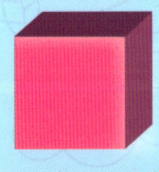
கனசதுரம்
Cube

உருளை
Cylinder

கூம்பு
Cone